# HEILA UPPSKIPTABÓKINN

Lyftu upp eftirréttarleiknum þínum með hinni fullkomnu borðupplifun

Ástríður Eysteinsdottir

Höfundarréttarefni ©2024

Allur réttur áskilinn

Engan hluta þessarar bókar má nota eða senda á nokkurn hátt eða á nokkurn hátt án skriflegs samþykkis útgefanda og höfundarréttarhafa, nema stuttar tilvitnanir sem notaðar eru í umsögn. Þessi bók ætti ekki að koma í staðinn fyrir læknisfræðilega, lögfræðilega eða aðra faglega ráðgjöf.

# EFNISYFIRLIT _

**EFNISYFIRLIT _** .................................................................. 3
**KYNNING** ............................................................................ 7
**HÁTÍÐAR EÐFERÐARPLÖTUR** .......................................... 8
   1. Patrick's Dagur lukkueftirréttaborð ................................ 9
   2. Eftirréttaborð fyrir kínverska nýársfagnað ..................... 11
   3. Páskamatsráð ............................................................... 13
   4. Valentine Desert Stjórn ................................................ 15
   5. Jólaeftirréttarálátsborð ................................................. 17
   6. Hátíðlegt og litríkt Afmælismatarborð .......................... 19
   7. Christmas Cookie Extravaganza eftirréttaborð ............. 21
   8. Jólanammi Charcuterie Stjórn ....................................... 23
   9. Frí Desert Charcuterie Stjórn ......................................... 25
   10. Hanukkah hátíð eftirrétt borð ..................................... 27
   11. Eftirréttaborð fyrir gamlárskvöld ................................. 29
   12. Elsku eftirréttaborðið fyrir Valentínusardaginn ........... 31
   13. Páskakanínugleðieftirréttarborð ................................. 33
   14. Fjórði júlí Flugeldaeftirréttarborð ................................ 35
   15. Halloween Reimt Gleðieftirréttaborð .......................... 37
   16. Þakkargjörðaruppskera Desert Stjórn ......................... 39
   17. Diwali Hátíð ljóssinseftirréttaborð ............................... 41
   18. Ramadan Iftar eftirréttaborð ....................................... 43
   19. Cinco de Mayo Fiesta eftirréttaborð ............................ 45
   20. Sumarsólstöður Sólskin Eftirréttaborð ........................ 47
   21. Eftirréttaborð fyrir októberfest hátíð ........................... 49
   22. Vetur Solstice Frostlegir ljúfmenni Eftirréttaborð ......... 51
**SVÆÐISBUNDIN EFTIRRÉTTABORÐ** ............................... 53
   23. Hlynur kremog Epli bakað Brie Stjórn ......................... 54
   24. Ítalskt eftirréttaborð .................................................... 56
   25. Franskt eftirréttaborð .................................................. 58
   26. American Desert Stjórn ............................................... 60
   27. Japanskt eftirréttaborð ................................................ 62

28. Mexíkóskt eftirréttaborð ..................................................64
29. Indverskt eftirréttaborð ..................................................66
30. Grískt eftirréttaborð ......................................................68
31. Brasilískt eftirréttaborð .................................................70
32. Marokkóskt eftirréttaborð .............................................72
33. Tælensk eftirréttaborð ..................................................74
34. Spænskt eftirréttaborð ..................................................76
35. Víetnamskt eftirréttaborð ..............................................78
36. Tyrkneskt eftirréttaborð ................................................80
37. Argentínskt eftirréttaborð .............................................82
38. Kóreskt eftirréttaborð ...................................................84
39. Ástralskt eftirréttaborð ..................................................86
40. Líbanneskt eftirréttaborð ...............................................88
41. Sænska eftirréttaborðið .................................................90
42. Nígerískt eftirréttaborð ..................................................92
43. Svissneskt eftirréttaborð ................................................94
44. Suður-afrískt eftirréttaborð ...........................................96
45. Malasískt eftirréttaborð .................................................98
46. Ísraelsk eftirréttaborð ...................................................100

# ÁRSTÍÐABUNDIN EFTIRRÉTTABORÐ ............................ 102

47. Eftirréttaborð vor ........................................................103
48. Sumar eftirréttaborð ...................................................105
49. Haust eftirréttaborð ....................................................107
50. Vetrareftirréttaborð ....................................................109
51. Snemma sumars Berjasælaeftirréttaborð ....................111
52. Síðsumars Steinn ÁvaxtagleðiEftirréttaborð ...............113
53. Notalegt haustuppskeru eftirréttaborð ......................115
54. Vetur Undraland eftirréttaborð ..................................117

# ÞEMA EFTIRERTSPLAÐIR ............................................. 119

55. Kvikmyndakvöld Charcuterie Stjórn ............................120
56. Popcorn Kvikmynda kvöldCharcuterie Stjórn .............122
57. Taco Nótt Charcuterie Stjórn .....................................124
58. Garðveislu eftirréttaborð ............................................126
59. Strandar partýeftirrétt borð ......................................128
60. Eftirréttaborð bókaelskanda .....................................130

61. Leikur Nótt Desert Stjórn .................................................................. 132
62. Masquerade Ball eftirrétt borð ......................................................... 134
63. Eftirréttaborð fyrir geimkönnun ........................................................ 136
64. Karnival gaman eftirréttaborð .......................................................... 138
65. Tropical Luau eftirréttaborð ............................................................. 140
66. Einhyrninga fantasíuDesert Stjórn ................................................... 142
67. Tónlistarhátíð Vibes eftirréttaborð .................................................... 144
68. Vetur Undraland eftirréttaborð ......................................................... 146
69. Retro 80s Endurupplifun eftirréttaborð .............................................. 148
70. SumareldurS'mores eftirréttaborð .................................................... 150
71. Leynilögreglumaður Ráðgáta Dessert Stjórn ..................................... 152
72. Vor GarðteboðDesert Stjórn ............................................................ 154

# SÚKKULAÐI EFTIRLITARPLÖTUR ............................................................. 156

73. Súkkulaðiálátsborð .......................................................................... 157
74. Sælgætisland'Jarcuterie' ................................................................. 159
75. Ávaxtaráð ....................................................................................... 161
76. Eftirréttaborð með trönuberjasúkkulaðitrufflum ................................. 163
77. S'Mores Charcuterie stjórn .............................................................. 165
78. Ostafondue borð ............................................................................. 167
79. Gómsætt súkkulaðifondue Charcuterie borð ..................................... 169
80. Decadent Chocolate Lover's Desert Stjórn ....................................... 171
81. Klassískt súkkulaðiuppáhalds eftirréttaborð ...................................... 173
82. Sælkera súkkulaðismökkun eftirréttaborð ......................................... 175
83. Hvítt súkkulaði Undraland eftirréttaborð ........................................... 177
84. Grýtt vegurDesert Stjórn ................................................................. 179
85. Myntu Chocolate Sælu eftirréttaborð ............................................... 181
86. Chocoholic's Draumur Desert Stjórn ................................................ 183
87. Karamellu súkkulaði Gleði eftirréttaborð .......................................... 185
88. S'mores Galore eftirréttaborð .......................................................... 187
89. Hvítt súkkulaði hindberja rómantískt eftirréttaborð ............................ 189
90. Heslihnetusúkkulaði Himnaríki Desert Stjórn .................................... 191
91. Súkkulaðidýfðu kræsingar Eftirréttaborð .......................................... 193

# EFTIRPLÖTUR SEM MIÐA AÐ ÁVÖXTUM ................................................... 195

92. BerjasælaBonanza eftirréttaborð ..................................................... 196
93. Suðræn ávaxtaparadísDesert Stjórn ................................................ 198

94. Sítrussprunga Extravaganza eftirréttaborð ..................................................200
95. Orchard Uppskeru Gleðis Desert Stjórn .......................................202
96. Melónu medley eftirréttaborð ................................................................204
97. Framandi ávaxtaævintýri eftirréttaborð ....................................................206
98. SumarberFiesta eftirréttaborð .................................................................208
99. Citrus Carnival eftirréttaborð ...............................................................210
100. Mango Brjálæði eftirréttaborð..............................................................212

# NIÐURSTAÐA ................................................................................... 214

# KYNNING

Velkomin í "Heila Uppskiptabókinn," fullkominn leiðarvísir þinn til að lyfta eftirréttarleiknum þínum og skapa fullkomna borðupplifun. Þessi matreiðslubók er hátíð sköpunargáfu, eftirlátssemi og gleðinnar sem fylgir því að deila yndislegu sælgæti í sjónrænt töfrandi og tælandi kynningu. Farðu með okkur í ferð sem umbreytir hefðbundnum eftirréttum í veislu fyrir augað og bragðlaukana, sem leiðir fólk saman fyrir ógleymanlega matreiðsluupplifun.

Ímyndaðu þér álegg fyllt með úrvali af yndislegu góðgæti, allt frá decadent súkkulaði til líflegra ávaxta, öllu listilega raðað á fallega samsett eftirréttaborð. " Heila Uppskiptabókinn " er ekki bara safn uppskrifta; það er könnun á list kynningar, samhljómi bragðtegunda og ánægjuna af því að deila eftirréttum í samfélagslegu umhverfi. Hvort sem þú ert að skipuleggja sérstakt tilefni eða vilt einfaldlega breyta venjulegum degi í sætan hátíð, þá eru þessar uppskriftir unnar til að hvetja þig til að búa til eftirréttaborð sem heillar og gleður.

Allt frá súkkulaði fondue borðum til ávaxta og osta eftirréttaáleggs, og frá smákökudiskum til glæsilegra sætabrauða, hver uppskrift er hátíð fjölbreytileikans og hrörnunar sem eftirréttarborðin geta boðið upp á. Hvort sem þú ert vanur sætabrauðsmatreiðslumaður eða áhugasamur heimabakari, þá er þessi matreiðslubók þín leið til að búa til sjónrænt töfrandi og ómótstæðilega ljúffengar eftirréttaborð.

Vertu með þegar við leggjum af stað í ferðalag um heim eftirréttaborðanna, þar sem hver sköpun er til vitnis um listina og gleðina sem fylgir því að breyta eftirréttum í sameiginlega upplifun. Svo, safnaðu uppáhalds nammiðum þínum, faðmaðu sköpunargáfuna og við skulum lyfta eftirréttaleiknum þínum með " Heila Uppskiptabókinn."

# HÁTÍÐAR EÐFERÐARPLÖTUR

# 1.Patrick's Dagur lukkueftirréttaborð

**HRÁEFNI:**
- Shamrock sykurkökur
- Regnbogakökur
- Pottur með gull súkkulaði mynt
- Myntu súkkulaði brownie bitar
- Lucky Charms Marshmallow skemmtun
- Írskar rjómasúkkulaðitrufflur
- Grænar eplasneiðar með karamelludýfu

**LEIÐBEININGAR:**
a) Raðaðu shamrock sykurkökur og regnbogakökur.
b) Settu pott af gullsúkkulaði mynt og myntu súkkulaði brownie bita.
c) Dreifið Lucky Charms-marshmallow-nammi og írskum súkkulaðitrufflum.
d) Setjið grænar eplasneiðar með karamellu ídýfu.

## 2.Eftirréttaborð fyrir kínverska nýársfagnað

**HRÁEFNI:**
- Sesambollur úr rauðum baunum
- Ananastertur
- Möndlukökur
- Longevity núðlur (lakkrísnammi)
- Mandarín appelsínuhlaupbollar
- Örlög
- Matcha Pocky Sticks

**LEIÐBEININGAR:**
a) Raðaðu rauðbauna sesamkúlum og ananastertum.
b) Setjið möndlukökur og langlífa núðlur.
c) Bætið við mandarínum appelsínuhlaupsbollum og lukkukökum.
d) Láttu matcha Pocky prik fylgja með fyrir græna snertingu.

# 3.Páskamatsráð

**HRÁEFNI:**
- Harðsoðin egg, lituð í pastellitum
- Úrval páskanammi (svo sem hlaupbaunir, peeps eða súkkulaðiegg)
- Lítil bollakökur eða smákökur skreyttar með páskaþema
- Gulrótarstangir eða barnagulrætur
- Ýmsir ostar skornir í páskaform (eins og kanínur eða egg)
- Úrvals kex eða brauðstangir
- Ferskar vorjurtir eða æt blóm til skrauts

**LEIÐBEININGAR:**
a) Raðið lituðu harðsoðnu eggjunum á stórt borð eða fat.
b) Settu úrvals páskakonfekt við eggin.
c) Bættu litlum bollakökum eða smákökum skreyttum með páskaþema á borðið fyrir sætan og hátíðlegan blæ.
d) Raðið gulrótarstöngum eða barnagulrótum í formi gulrótar á borðið.
e) Láttu úrvals osta skera í páskaform, eins og kanínur eða egg, til að auka duttlunga.
f) Útvegaðu úrvals kex eða brauðstangir sem gestir geta notið með ostunum og öðru góðgæti.
g) Skreytið með ferskum vorjurtum eða ætum blómum fyrir aukinn ferskleika og sjónræna aðdráttarafl.
h) Berið fram og njótið!

# 4. Valentine Desert Stjórn

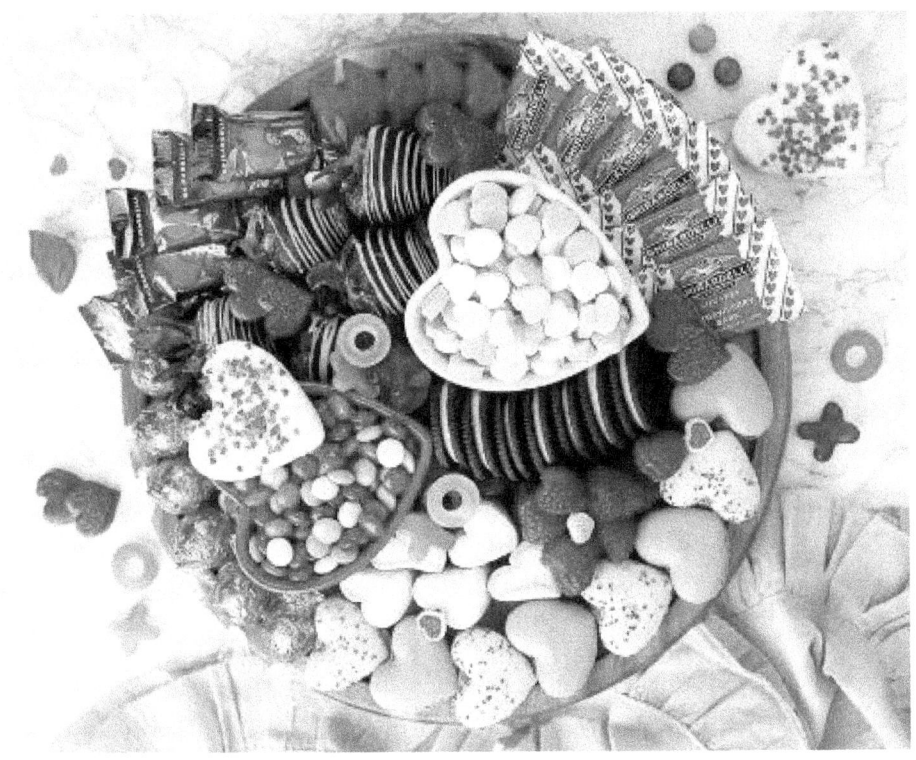

**HRÁEFNI:**
- Hjartalaga smákökur eða brownies
- Súkkulaðihúðuð jarðarber
- Rauð flauelsbollakökur eða kökupoppar
- Úrvals súkkulaði eða trufflur
- Jarðarberja- eða hindberjajógúrt eða ídýfa
- Fersk jarðarber eða hindber
- Bleik eða rauð sælgætishjörtu eða kossar
- Strás eða ætilegt glimmer til skrauts

**LEIÐBEININGAR:**
a) Raðið hjartalaga smákökum eða brúnkökum á stórt borð eða fat.
b) Setjið súkkulaðihúðuð jarðarber við hlið smákökurnar eða brownies.
c) Bættu rauðum flauelsbollakökum eða kökubollum á borðið fyrir hátíðlega og eftirlátssama skemmtun.
d) Láttu úrval af súkkulaði eða jarðsveppum fylgja með fyrir fjölbreytni og auðlegð.
e) Gefðu þér jarðarberja- eða hindberjajógúrt eða dýfðu í smárétti til að dýfa í.
f) Dreifið ferskum jarðarberjum eða hindberjum fyrir ferskleika og bragðmikið.
g) Bættu við bleikum eða rauðum sælgætishjörtum eða kossum fyrir rómantíska snertingu.
h) Stráið strái eða ætilegu glimmeri yfir borðið til að auka skraut.
i) Berið fram og njótið!

# 5.Jólaeftirréttarálátsborð

**HRÁEFNI:**
- Úrvals jólakökur (eins og sykurkökur, piparkökur eða smákökur)
- Lítil bollakökur eða brúnkökubitar
- Piparmyntubörkur eða súkkulaðihúðaðar piparmyntustangir
- Eggjamús eða hvít súkkulaðimús
- Fersk trönuber eða granateplafræ
- Nammi eða piparmyntu sælgæti
- Margs konar hnetur eða slóð blanda með hátíðarbragði (eins og kanil eða múskat)
- Kvistir af ferskri myntu eða rósmarín til skrauts

**LEIÐBEININGAR:**
a) Raðið jólakökunum á stórt borð eða fat.
b) Setjið smábollur eða brúnkökubita við hlið smákökurnar.
c) Bætið piparmyntuberki eða súkkulaðihúðuðum piparmyntustöngum á borðið fyrir hátíðlega og mynturíka skemmtun.
d) Búðu til eggjasnúða eða hvítsúkkulaðimús í litlum réttum fyrir rjómalöguð og eftirlátssaman þátt.
e) Dreifið ferskum trönuberjum eða granateplafræjum fyrir lit og bragðmikið.
f) Láttu sælgæti eða piparmyntukonfekt fylgja með fyrir klassískt jólabragð.
g) Bættu ýmsum hnetum eða slóðblöndu með hátíðarbragði, eins og kanil eða múskat, á borðið fyrir aukið marr og hlýju.
h) Skreytið með greinum af ferskri myntu eða rósmarín fyrir aukinn ferskleika og sjónræna aðdráttarafl.
i) Berið fram og njótið!

## 6. Hátíðlegt og litríkt Afmælismatarborð

**HRÁEFNI:**
- Fjölbreytt litrík sælgæti (svo sem gúmmíbjörn, M&M eða hlaupbaunir)
- Lítil bollakökur eða kökukökur
- Úrvals smákökur eða makkarónur
- Súkkulaðihúðaðar kringlur eða popp
- Ávaxtaspjót eða ávaxtakabó
- Margs konar ídýfa (svo sem súkkulaðidýfa eða rjómaostdýfa)
- Regnbogastrák eða ætilegt glimmer til skrauts

**LEIÐBEININGAR:**
a) Raðið margs konar litríku sælgæti í aðskildar skálar á stóru borði eða fati.
b) Settu smábollur eða kökubollur við hlið nammið.
c) Bætið ýmsum smákökum eða makkarónum á borðið fyrir fjölbreytni og sætleika.
d) Láttu súkkulaðihúðaðar kringlur eða popp fylgja með fyrir salt og sætt samsetning.
e) Steiktu ferska ávexti fyrir ávaxtaspjót eða búðu til ávaxtakabobs.
f) Gefðu þér ýmsar ídýfur, eins og súkkulaðidýfa eða rjómaostídýfu, sem gestir geta notið með ávöxtunum og öðru góðgæti.
g) Stráið regnbogadrekstri eða ætilegu glimmeri yfir borðið fyrir hátíðlegan og litríkan blæ.
h) Berið fram og njótið!

# 7.Christmas Cookie Extravaganza eftirréttaborð

**HRÁEFNI:**
- Sykurkökur (í laginu eins og stjörnur, tré og bjöllur)
- Piparkökur
- Piparmyntu súkkulaðibörkur
- Linzer kökur
- Súkkulaðidýfðar kringlustangir
- Eggjanætur Fudge
- Candy Canes

**LEIÐBEININGAR:**
a) Raðaðu saman úrvali af jólalaga sykurkökum.
b) Setjið piparkökur og piparmyntu súkkulaðibörkur.
c) Dreifið linzer smákökum og súkkulaðidýfðum kringlustöngum.
d) Bætið við hæfilegum ferningum af eggjaköku fudge.
e) Skreyttu með sælgætisstöngum fyrir hátíðlegan blæ.

# 8.Jólanammi Charcuterie Stjórn

**HRÁEFNI:**
- Hræriskeiðar með mjólkursúkkulaðibragði
- Jólasveinahátíðin
- Myntuy Bells
- Hreindýrasnakk blanda
- Úrvals smákökur og graham kex o.fl.
- Peppermyntu smjörkrem, Nutella o.fl.
- Viðarskurðarbretti

**LEIÐBEININGAR:**
a) Þú getur sett nammi í litla diska.
b) Bætið smá súkkulaðifrosti í miðjuna á skeiðunum og toppið með mini marshmallows. Svo sætt!

# 9.Frí Desert Charcuterie Stjórn

**HRÁEFNI:**
- frí M&M's
- smákökur
- möndlukökur
- snjóboltakökur
- súkkulaði
- sælgætisstangir
- súkkulaðihúðaðar kirsuberjakrókar
- piparmyntubörkur
- brownie jólatré (eða venjulegar brownies; bætið við rauðu eða grænu frosti fyrir skvettu af hátíðarlitum)
- karamellu maís
- slóð blanda
- drullu félagar
- súkkulaði- eða jógúrthúðaðar kringlur
- súkkulaðidýfðar kringlustangir
- karamellu ferninga
- marshmallows

**LEIÐBEININGAR:**
a) Finndu stærsta borðið eða viðarskurðarbrettið sem þú átt og settu upp sérstaka eftirréttastöð.
b) Setjið hópa af sælgæti í bunka. Þú getur notað styttri hlaupkrukkur og skálar fyrir laus sælgæti (aðallega til að koma í veg fyrir að þau rúlli í burtu.)
c) Vertu viss um að pakka einhverju af sælgæti þínum eins og sælgæti, súkkulaði og karamelluferningum, áður en þú setur á charcuterie borðið þitt.

## 10. Hanukkah hátíð eftirrétt borð

**HRÁEFNI:**
- Rugelach (fyllt með súkkulaði, hnetum og ávöxtum)
- Sufganiyot (hlaupfylltir kleinuhringir)
- Blár og hvítur M&M's eða súkkulaðidragees
- Hanukkah sykurkökur
- Menorah-laga súkkulaðihúðaðar kringlur
- Súkkulaði gelt
- Hunangskökusneiðar

**LEIÐBEININGAR:**
a) Raðið rugelach og sufganiyot á borðið.
b) Bætið við bláum og hvítum M&M eða súkkulaði dragees.
c) Settu Hanukkah sykurkökur og menorah-laga súkkulaðihúðaðar kringlur.
d) Dreifið súkkulaðigelti um borðið.
e) Látið hunangskökusneiðar fylgja með fyrir hefðbundna snertingu.

## 11. Eftirréttaborð fyrir gamlárskvöld

**HRÁEFNI:**
- Kampavíns-trufflur
- Freyðivínsgúmmíbirnir
- Súkkulaðihúðuð jarðarber
- Lítill ostakökubitar
- Gullrykaðar makkarónur
- Hátíðarbollakökur
- Dökkt súkkulaði fondue með dippables

**LEIÐBEININGAR:**
a) Raðaðu kampavíns-trufflum og freyðivínsgúmmíbjörnum.
b) Setjið súkkulaðihúðuð jarðarber og smá ostakökubita.
c) Dreifið gylltum makkarónum og hátíðarbollum.
d) Settu upp dökkt súkkulaði fondue með ýmsum dippables.

## 12. Elsku eftirréttaborðið fyrir Valentínusardaginn

**HRÁEFNI:**
- Hjartalaga rauð flauel Whoopie pies
- Súkkulaðihúðuð jarðarber
- Hindberja- og hvítsúkkulaðiblöndur
- Strawberry Shortcake teini
- Samtal Hjarta sykurkökur
- Rauðar flauels trufflur
- Granatepli fræ

**LEIÐBEININGAR:**
a) Raðaðu hjartalaga rauðum flauels whoopie bökum og súkkulaðihúðuðum jarðarberjum.
b) Setjið hindberja- og hvítsúkkulaðiblóm og jarðarberjakökuspjót.
c) Dreifðu samtali hjarta sykurkökur og rauðar flauels trufflur.
d) Stráið granateplafræjum yfir til að fá lit.

## 13. Páskakanínugleðieftirréttaborð

**HRÁEFNI:**
- Gulrótarkökubollur með rjómaostafrosti
- Kanínulaga sykurkökur
- Lítil súkkulaðiegg og súkkulaðikanínur í álpappír
- Sítrónubláberjatertur
- Kókosmakkarónhreiður fyllt með Mini Cadbury eggjum
- Hvítt súkkulaðihúðaðar kringlustangir

**LEIÐBEININGAR:**
a) Raðið gulrótarkökubollum með rjómaostafrosti.
b) Settu kanínulaga sykurkökur og smá súkkulaðiegg.
c) Dreifið sítrónubláberjatertum og kókosmakrónuhreiðrum.
d) Bætið við hvítum súkkulaðihúðuðum kringlustöngum.

# 14. Fjórði júlí Flugeldaeftirréttarborð

**HRÁEFNI:**
- Ávaxtakabob með fánaþema (jarðarber, bláber og marshmallows)
- Rauð, hvít og bláberja ostakökubitar
- Þjóðræknar sykurkökur
- Bláberja- og hindberjaávaxtasoppur
- Flugeldapoppkornsblanda (popp með rauðu, hvítu og bláu súkkulaðiskraut)
- Berja límonaði sorbet

**LEIÐBEININGAR:**
a) Raðaðu ávaxtakabóbum með fánaþema.
b) Settu rauða, hvíta og bláberja ostakökubita.
c) Dreifið þjóðræknum sykurkökum og ávaxtapoki.
d) Bætið við skál af flugeldapoppblöndu og skömmtum af berjalímonaðisorbeti.

## 15.Halloween Reimt Gleðieftirréttaborð

**HRÁEFNI:**
- Witch Hat Cupcakes
- Mummi Brownie Bites
- Nammi maís sykurkökur
- Grasker Kryddkaka Pops
- Ghost Marshmallow Pops
- Karamellu eplasneiðar
- Úrval hrekkjavökukonfekt

**LEIÐBEININGAR:**
a) Raðaðu nornahattabollakökum og mömmubrúnkökubitum.
b) Setjið nammi maís sykurkökur og graskerskryddkökupopp.
c) Dreifið draugamarshmallow pops og karamellu eplasneiðum.
d) Bættu við úrvali af hrekkjavöku sælgæti fyrir ógnvekjandi snertingu.

# 16.ÞakkargjörðaruppskeraDesert Stjórn

**HRÁEFNI:**
- Lítil graskersbökur
- Pecan Pie Bars
- Apple Cider kleinuhringir holur
- Hlynur gljáð eplaböndur
- Uppskeru Trail Mix (hnetur, þurrkaðir ávextir og súkkulaði)
- Karamellu epla sleikju
- Grasker Spice Latte Mousse bollar

**LEIÐBEININGAR:**
a) Raðaðu litlum graskersbökur og pekanbökustangir.
b) Settu eplasafi kleinuhringigöt og hlynur gljáðum eplablómum.
c) Dreifið uppskeruleiðarblöndu og karamellu eplum sleikjó.
d) Bætið við graskerskrydd latte mousse bollum fyrir hátíðlegan blæ.

## 17. Diwali Hátíð ljóssins eftirréttaborð

**HRÁEFNI:**
- Gulab Jamun
- Jalebi
- Kaju Katli (Cashew Fudge)
- Kókos Ladoo
- Besan Ladoo
- Gajar Halwa (Gulrót Halwa)
- Pistasíu og möndlu Barfi

**LEIÐBEININGAR:**
a) Raðaðu gulab jamun, jalebi og ýmsum ladoos á borðið.
b) Settu bita af kaju katli og pistasíu-möndlubarfi.
c) Bættu við skömmtum af gajar halwa fyrir hátíðlegan blæ.

## 18.Ramadan Iftar eftirréttaborð

**HRÁEFNI:**
- Qatayef (fylltar arabískar pönnukökur)
- Basbousa (Revani)
- Döðlur fylltar með hnetum
- Baklava úrval
- Atayef Asafiri (rjómafylltar pönnukökur)
- Kunafa rúllur
- Hrísgrjónabúðingur með rósavatni

**LEIÐBEININGAR:**
a) Raðaðu qatayef, basbousa og atayef asafiri á borðið.
b) Setjið döðlur fylltar með hnetum og úrval af baklava.
c) Bæta við kunafa rúllum og skömmtum af hrísgrjónabúðingi með rósavatni.

## 19. Cinco de Mayo Fiesta eftirréttaborð

**HRÁEFNI:**
- Churro bitar
- Tres Leches kökutorg
- Margarita bollakökur
- Dulce de Leche-fyllt Conchas
- Mangó sneiðar með chili lime kryddi
- Mexíkóskar súkkulaðitrufflur
- Piñata sykurkökur

**LEIÐBEININGAR:**
a) Raðaðu churro bita og tres leches kökuferningum.
b) Setjið margarítukökur og dulce de leche-fylltar conchas.
c) Dreifið mangósneiðum með chili lime kryddi.
d) Láttu mexíkóskar súkkulaðitrufflur og piñata sykurkökur fylgja með.

## 20.Sumarsólstöður Sólskin Eftirréttaborð

**HRÁEFNI:**
- Sítrónustangir
- Appelsínugult rjómablár
- Ananas kókos hrísgrjónabollar
- Berry Medley Tartlets
- Sólblómasykurkökur
- Mangó sorbet
- Kiwi sneiðar

**LEIÐBEININGAR:**
a) Raðaðu sítrónustangum og appelsínukremi.
b) Settu ananas kókos hrísgrjónabúðing bolla og berja medley tartlets.
c) Stráið sólblómasykurkökur yfir.
d) Setjið skeiðar af mangósorbeti og kiwi sneiðum með.

## 21. Eftirréttaborð fyrir októberfest hátíð

**HRÁEFNI:**
- Black Forest Cupcakes
- Apple Strudel bitar
- Pretzel Caramel Brownie Bites
- Þýskar súkkulaðitrufflur
- Marsipanfylltar stolna sneiðar
- Plum Kuchen barir
- Hunang-möndlu Lebkuchen kex

**LEIÐBEININGAR:**
a) Raðaðu svartskógarbollakökum og eplastrudelbitum.
b) Setjið pretzel karamellu brownie bita og þýskar súkkulaðitrufflur.
c) Dreifið marsipanfylltum stollen sneiðum og plómukuchen börum.
d) Láttu hunangs-möndlu lebkuchen smákökur fylgja með fyrir sætan blæ.

## 22.Vetur Solstice Frostlegir ljúfmenniEftirréttaborð

**HRÁEFNI:**
- Piparmyntubörkur
- Snjókorna sykurkökur
- Heitar súkkulaðibollur
- Vetur Undraland Cake Pops
- Hvít súkkulaðidýfðar kringlustangir
- Glitrandi trönuberjasorbet
- Eggjakökubitar

**LEIÐBEININGAR:**
a) Raðaðu piparmyntubörk og snjókorna sykurkökur.
b) Setjið heitar súkkulaðibollur og vetrarlandskökupopp.
c) Dreifið kringlustöngum með hvítum súkkulaðidýfðum.
d) Látið skeiðar af glitrandi trönuberjasorbeti og eggjabita ostakökubita fylgja með.

# SVÆÐISBUNDIN EFTIRRÉTTABORÐ

## 23. Hlynur kremog Epli bakaðBrie Stjórn

**HRÁEFNI:**
- Brie ostahjól
- Hlynkrem eða hlynsíróp
- Sneiðin epli
- Úrvals kex eða brauð
- Hnetur (eins og pekanhnetur eða valhnetur)
- Ferskir rósmaríngreinar til skrauts

**LEIÐBEININGAR:**
a) Forhitaðu ofninn þinn í 350°F (175°C).
b) Settu Brie ostahjólið á bökunarplötu klædda bökunarpappír.
c) Dreypið hlynkremi eða hlynsírópi yfir Brie ostinn.
d) Bakið í forhituðum ofni í um 10-12 mínútur, eða þar til osturinn er orðinn mjúkur og mjúkur.
e) Takið úr ofninum og látið kólna aðeins.
f) Raðið sneiðum eplum utan um bakaða Brie á borð eða fat.
g) Bættu við ýmsum kexum eða brauði sem gestir geta notið með osti og eplum.
h) Dreifið hnetum um borðið fyrir aukið marr og bragð.
i) Skreytið með ferskum rósmaríngreinum fyrir aukinn ferskleika og sjónræna aðdráttarafl.
j) Berið fram og njótið!

## 24. Ítalskt eftirréttaborð

**HRÁEFNI:**
- Cannoli skeljar
- Tiramisú bollar
- Panna cotta með berjasamstæðu
- Amaretti smákökur
- Súkkulaðihúðaðar espressóbaunir
- Fersk ber

**LEIÐBEININGAR:**
a) Raðið cannoli skeljum og tiramisu bollum á borðið.
b) Setjið panna cotta í staka skammta og toppið með berjasamstæðu.
c) Dreifið amaretti smákökum og súkkulaðihúðuðum espressóbaunum.
d) Skreytið með ferskum berjum.

## 25. Franskt eftirréttaborð

**HRÁEFNI:**
- Éclairs
- Makkarónur (mikið bragðefni)
- Crème brûlée
- Madeleines
- Ávaxtatertur
- Súkkulaðitrufflur

**LEIÐBEININGAR:**
a) Raðið éclairs og makkarónum á borðið.
b) Setjið einstaka skammta af crème brûlée.
c) Dreifið madeleines, ávaxtatertum og súkkulaðitrufflum.
d) Bættu við ætum blómum fyrir skreytingar.

## 26.American Desert Stjórn

**HRÁEFNI:**
- Eplakökusneiðar
- Ostakökuferningur
- Pecan bökustangir
- Brúnkökubitar
- Úrval sælgæti
- Karamellu popp

**LEIÐBEININGAR:**
a) Raðið eplabökusneiðum og ostakökuferningum.
b) Setjið pekanbökustangir og brúnkökubita á borðið.
c) Dreifið nammi og karamellu popp.
d) Dreypið karamellusósu yfir eftirréttina.

## 27. Japanskt eftirréttaborð

## HRÁEFNI:
- Mochi ís (mikið bragðefni)
- Matcha ostakökubitar
- Taiyaki (fisklaga kökur með sætum fyllingum)
- Yokan (sæt rauð baunahlaup)
- Dorayaki (sætar pönnukökur með fyllingu með rauðum baunum)
- Ferskt lychee

## LEIÐBEININGAR:
a) Raðaðu mochi ís og matcha ostakökubitum.
b) Settu taiyaki og yokan á borðið.
c) Dreifið dorayaki og fersku lychee yfir.
d) Skreytið með myntulaufum til að fá smá lit.

## 28.Mexíkóskt eftirréttaborð

**HRÁEFNI:**
- Churros með súkkulaðisósu
- Tres leches kökuferningar
- Mexíkóskar brúðkaupskökur
- Mangó með chilidufti
- Dulce de leche flan
- Sopapillur með kanilsykri

**LEIÐBEININGAR:**
a) Raðið churros með hlið af súkkulaðisósu.
b) Settu tres leches kökuferninga á borðið.
c) Dreifið mexíkóskum brúðkaupskökur og mangósneiðum.
d) Bætið við dulce de leche flan og kanilsykruðum sopapillum.

## 29.Indverskt eftirréttaborð

**HRÁEFNI:**
- Gulab jamun
- Rasgulla
- Jalebi
- Kheer bollar
- Kókos ladoo
- Pistasíu- og möndluburfi

**LEIÐBEININGAR:**
a) Raða gulab jamun og rasgulla á borðið.
b) Settu jalebi í sjónrænt aðlaðandi mynstur.
c) Bætið við einstökum skömmtum af kheer bollum.
d) Stráið kókos ladoo og pistasíu-möndlu burfi yfir.

## 30.Grískt eftirréttaborð

**HRÁEFNI:**
- Baklava bítur
- Loukoumades (grískir kleinur)
- Jógúrt með hunangi og valhnetum
- Galaktoboureko (fílóbakað fyllt með vanilósa)
- Fíkju- og hunangsbrauð
- Apríkósur og fetaostur

**LEIÐBEININGAR:**
a) Raðið baklavabitum og loukoumades á borðið.
b) Setjið jógúrt með hunangi og valhnetum í litlar skálar.
c) Bætið við sneiðum af galaktoboureko og fíkju- og hunangsbrauði.
d) Dreifið ferskum apríkósum og bitum af fetaosti yfir.

## 31.Brasilískt eftirréttaborð

**HRÁEFNI:**
- Brigadeiros (súkkulaðitrufflur)
- Beijinhos (kókostrufflur)
- Quindim (kókos- og eggjarauðukrem)
- Cocada (kókos og þétt mjólk eftirrétt)
- Pão de mel (hunangsbrauð)
- Músbollar af ástríðuávöxtum

**LEIÐBEININGAR:**
a) Raða brigadeiros og beijinhos á borðið.
b) Setjið quindim og cocada í litla skammta.
c) Bætið við sneiðum af pão de mel.
d) Dreifið ástríðuávaxtamúsbollum.

## 32. Marokkóskt eftirréttaborð

**HRÁEFNI:**
- Baklava vindlar
- Ma'amoul smákökur (döðlu- og hneturfylltar)
- Núggat með rósavatnslykt
- Ávaxtasalat með myntutei
- Sesam- og hunangskökur
- Möndlu- og appelsínublómabrauð

**LEIÐBEININGAR:**
a) Raðaðu baklava vindlum og ma'amoul smákökum á borðið.
b) Bætið núggati með rósavatnslykt í litlum bitum.
c) Búðu til hressandi ávaxtasalat með myntutei.
d) Láttu sesam- og hunangskökur og möndlu-appelsínublóma kökur fylgja með.

## 33. Tælensk eftirréttaborð

**HRÁEFNI:**
- Mangó klístrað hrísgrjón
- Kókosmjólk og pandan hlaup
- Tælenskar kókosbollur (kanom tom)
- Taro og kókosbollar
- Taílenskt íste panna cotta
- Steiktar bananabollur

**LEIÐBEININGAR:**
a) Raðið mangó klístrað hrísgrjónum og kókosmjólk og pandan hlaupi.
b) Láttu tælenskar kókosbollur og taro-kókosbolla fylgja með.
c) Búðu til einstaka skammta af tælensku ístei panna cotta.
d) Dreifið steiktum bananabollum á borðið.

## 34.Spænskt eftirréttaborð

**HRÁEFNI:**
- Churro bitar með karmellusósu
- Spænska flan
- Turrón (möndlu núggat)
- Crema Catalana
- Polvorones (möndlubrauð)
- Appelsínu- og möndlukökusneiðar

**LEIÐBEININGAR:**
a) Raðið churro bitum með hlið af karamellusósu.
b) Setjið spænska flan og sneiðar af turrón á borðið.
c) Bætið Crema Catalana út í einstaka skammta.
d) Láttu polvorones og sneiðar af appelsínu-möndluköku fylgja með.

## 35. Víetnamskt eftirréttaborð

**HRÁEFNI:**
- Víetnamskt kókos og pandan hlaup
- Che Ba Mau (þriggja lita eftirréttur)
- Banh Cam (sesamfræ kúlur)
- Xoi La Cam (mung baun klístruð hrísgrjón)
- Víetnömskt kaffibragð
- Jackfruit og lychee vorrúllur

**LEIÐBEININGAR:**
a) Raðið víetnömsku kókos- og pandanhlaupi á borðið.
b) Innifalið skammta af Che Ba Mau og Banh Cam.
c) Bætið Xoi La Cam út í í litlum skömmtum.
d) Búðu til einstaka skammta af víetnömsku kaffibragði.
e) Dreifið jackfruit og lychee vorrúllum.

## 36. Tyrkneskt eftirréttaborð

**HRÁEFNI:**
- Tyrkneskt gleði (mikið bragðefni)
- Kunefe (rifið phyllo með sætuostafyllingu)
- Revani (semolina kaka)
- Sütlaç (hrísgrjónabúðingur)
- Baklava torg
- Pistasíukökur

**LEIÐBEININGAR:**
a) Raðaðu tyrkneskum yndi í ýmsum bragðtegundum.
b) Settu kunefe og revani á borðið.
c) Bætið við einstökum skömmtum af sütlaç.
d) Dreifið baklava ferningum og pistasíukökum.

## 37. Argentínskt eftirréttaborð

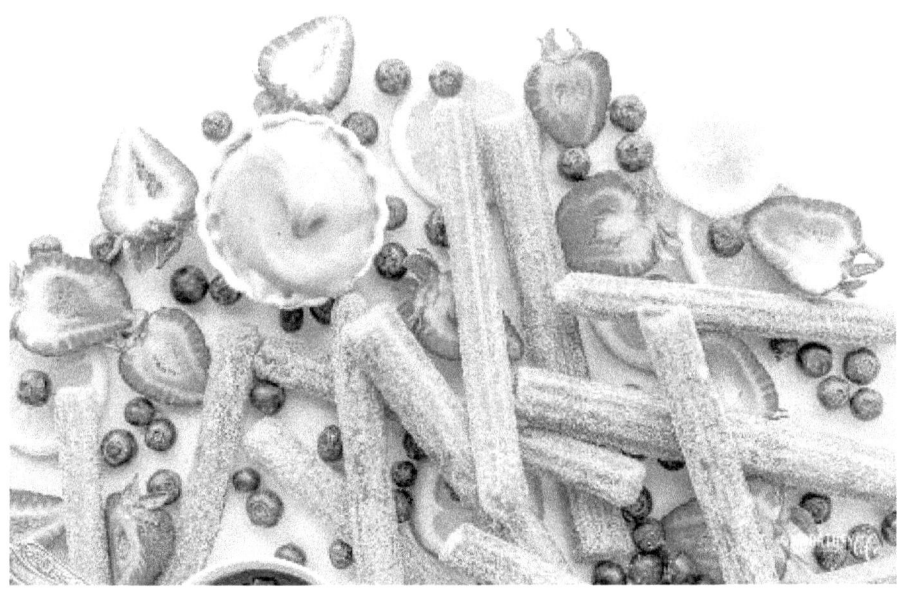

**HRÁEFNI:**
- Alfajores (dulce de leche-fylltar smákökur)
- Tres Leches kökusneiðar
- Chocotorta (súkkulaði og smákökukaka)
- Dulce de leche fyllt churros
- Quince paste með osti
- Argentínskar sítrónukökur (alfajor de limón)

**LEIÐBEININGAR:**
a) Raðaðu alfajores og tres leches kökusneiðum.
b) Settu sneiðar af chocotorta á borðið.
c) Bæta við dulce de leche fylltum churros.
d) Látið fylgja með kviðmauk með osti og argentínskum sítrónukökur.

## 38.Kóreskt eftirréttaborð

**HRÁEFNI:**
- Bingsu (rakaður ís eftirréttur)
- Hotteok (sætar pönnukökur með púðursykrifyllingu)
- Injeolmi (hrísgrjónakaka húðuð með baunamjöli)
- Yakgwa (hunangskökur)
- Patbingsu (rauð ís úr rauðum baunum)
- Kóreskar hrísgrjónakökuspjót

**LEIÐBEININGAR:**
a) Raða binsu og hotteok á borðið.
b) Setjið injeolmi og yakgwa í litlum skömmtum.
c) Bætið við skömmtum af patbingsu.
d) Láttu kóreska hrísgrjónakökuspjót fylgja með til að fá fjölbreytni.

## 39. Ástralskt eftirréttaborð

**HRÁEFNI:**
- Lamingtons (kókoshúðuð svampkaka)
- Pavlova hreiður með ferskum ávöxtum
- Anzac kex (hafra- og kókoskökur)
- Tim Tam súkkulaðikex
- Wattleseed og macadamia hnetufudge
- Ástríðutartlettur

**LEIÐBEININGAR:**
a) Raðaðu lamingtons og pavlova hreiðrum á borðið.
b) Dreifið Anzac kex og Tim Tam súkkulaðikexi.
c) Bæta við bitum af wattleseed og macadamia hnetufudge.
d) Láttu ástríðutartlettur fylgja með til að fá frískandi snertingu.

# 40.Líbanneskt eftirréttaborð

**HRÁEFNI:**
- Ashta-fyllt warbat (phyllo sætabrauð)
- Ma'amoul (döðlu- og hnetukökur)
- Hrísgrjónabúðingur með appelsínublómavatni
- Líbanneskt sesamnammi (nógat með sesamfræjum)
- Atayef (fylltar pönnukökur)
- Mafroukeh (semolína og hnetur eftirrétt)

**LEIÐBEININGAR:**
a) Raðaðu ashta-fylltum warbat og ma'amoul á borðið.
b) Berið fram hrísgrjónabúðing í litlum bollum með snert af appelsínublómavatni.
c) Dreifið líbönsku sesamnammi og atayef.
d) Láttu bita af mafroukeh fylgja með fyrir fjölbreytni.

## 41. Sænska eftirréttaborðið

**HRÁEFNI:**

- Sænskar kanilbollur (kanelbullar)
- Prinsesjukökusneiðar (prinsesstårta)
- Tunguberjatartlettur
- Marsipanfyllt súkkulaði
- Rúghrökkbrauð með smjöri og osti
- Bláberjasúpa (blåbärssoppa)

**LEIÐBEININGAR:**

a) Raðið sænskum kanilbollum og prinsessukökusneiðum.
b) Bætið við lingontertlettum og marsipanfylltu súkkulaði.
c) Berið fram rúghrökkbrauð með smjöri og osti til hliðar.
d) Látið litla bolla af bláberjasúpu fylgja með.

## 42. Nígerískt eftirréttaborð

**HRÁEFNI:**
- Chin-Chin (steiktir deigbitar)
- Puff Puff (djúpsteiktar deigkúlur)
- Nígerískt kókosnammi
- Boli (grillaðar grjónir)
- Moi Moi (gufusoðinn baunabúðingur)
- Akara (steiktar baunakökur)

**LEIÐBEININGAR:**
a) Raða höku-höku og blástur á borðið.
b) Bætið bitum af nígerísku kókosnammi saman við.
c) Berið fram boli og moi moi í litlum skömmtum.
d) Taktu akara inn sem bragðmikinn þátt.

## 43. Svissneskt eftirréttaborð

**HRÁEFNI:**
- Svissneskt súkkulaði fondue með dippables (ávextir, marshmallows, kringlur)
- Nusstorte (hnetufyllt terta)
- Basler Läckerli (kryddaðar hunangskökur)
- Svissneskar marengskökur
- Bircher múslí bollar
- Zürcher Eintopf (heitt súkkulaði í Zürich-stíl)

**LEIÐBEININGAR:**
a) Raðið súkkulaði fondue potti með ýmsum dipables.
b) Settu sneiðar af nusstorte og Basler Läckerli.
c) Bætið við svissneskum marengskökum og einstökum skömmtum af bircher-múslí.
d) Láttu litla bolla af Zürcher Eintopf fylgja með til að sötra.

## 44. Suður-afrískt eftirréttaborð

**HRÁEFNI:**
- Malva búðingur
- Koeksisters (steikt deigsbrauð)
- Melktert (mjólkurterta)
- Amarula súkkulaðimús
- Rooibos-innrennsli poached perur
- Hertzoggie kökur

**LEIÐBEININGAR:**
a) Raðið malvabúðingi og koeksisters á borðið.
b) Setjið sneiðar af melktert og einstaka skammta af Amarula súkkulaðimús.
c) Bættu við Rooibos-innrennsli soðnum perum fyrir einstaka snertingu.
d) Láttu Hertzoggie smákökur fylgja með fyrir kókos og sultubragð.

## 45. Malasískt eftirréttaborð

**HRÁEFNI:**
- Kuih Lapis (lagskipt gufusoðin kaka)
- Ondeh-Ondeh (glutinous hrísgrjónakúlur með pálmasykri)
- Pulut Tai Tai (blá glutinous hrísgrjónakaka)
- Cendol (rakaður ís með pálmasykri og kókosmjólk)
- Kaya ristað brauð með hálfsoðnum eggjum
- Durian Mochi

**LEIÐBEININGAR:**
a) Raða kuih lapis og ondeh-ondeh á borðið.
b) Setjið sneiðar af pulut tai tai og berið fram cendol í litlum skálum.
c) Bæta við kaya ristuðu brauði með hálfsoðnum eggjum fyrir bragðmikið atriði.
d) Láttu durian mochi fylgja með fyrir einstakt malasískt ávaxtabragð.

# 46. Ísraelsk eftirréttaborð

**HRÁEFNI:**
- Rugelach (valsað sætabrauð með fyllingu)
- Halva sneiðar (sætur að stofni til með sesam)
- Sufganiyot (hlaupfylltir kleinuhringir)
- Malabi (rósavatnsbúðingur)
- Súkkulaði Babka sneiðar
- Ísraelskt ávaxtasalat

**LEIÐBEININGAR:**
a) Raðið rugelach og halva sneiðum á borðið.
b) Setjið sufganiyot og malabí í litla skammta.
c) Bætið súkkulaði babka sneiðum við fyrir ríkulegt súkkulaðibragð.
d) Berið fram ísraelskt ávaxtasalat fyrir frískandi blæ.

# ÁRSTÍÐABUNDIN EFTIRRÉTTABORÐ

# 47. Eftirréttaborð vor

**HRÁEFNI:**
- Strawberry Shortcake bitar
- Sítrónu bláberja tartlettur
- Pistasíu og hunangsjógúrt parfaits
- Ætar bollakökur með blómablöðum
- Mini Pavlova hreiður með ferskum berjum
- Rabarbara sorbet

**LEIÐBEININGAR:**
a) Raðaðu jarðarberjabita og sítrónubláberjatertlettum.
b) Setjið pistasíu- og hunangsjógúrtparfaít í lítil glös.
c) Skreytið með mini pavlova hreiðrum toppað með ferskum berjum.
d) Bætið við bollakökum skreyttum ætum blómablöðum.
e) Berið fram rabarbarasorbet í einstökum skálum.

## 48.Sumar eftirréttaborð

**HRÁEFNI:**
- Vatnsmelónu- og fetaspjót
- Mangó kókos hrísgrjónabollar
- Grillaður ananas með hunangslime-dreypi
- Blandaðir berjaostakökubitar
- Tropical ávaxtasorbet
- Key Lime Pie Bars

**LEIÐBEININGAR:**
a) Raðið vatnsmelónu- og fetaspjótum á borðið.
b) Setjið mangó kókos hrísgrjónabolla og grillaðan ananas.
c) Dreifið blönduðum berjaostakökubitum yfir.
d) Bætið við skeiðum af suðrænum ávaxtasorbeti.
e) Láttu sneiðar af key lime pie bars fylgja með.

# 49. Haust eftirréttaborð

**HRÁEFNI:**
- Eplasafi kleinuhringir
- Pumpkin Spice Cheesecake Bars
- Karamellu eplasneiðar
- Pekanbökubitar
- Maple Pecan Tartlets
- Trönuberja appelsínu möndlu kökusneiðar

**LEIÐBEININGAR:**
a) Raðaðu eplasafi kleinuhringjum og graskerskrydd ostakökustöngum.
b) Setjið karamellu eplasneiðar og pekanbökubita.
c) Dreifið hlynpecantertlettum yfir.
d) Bætið sneiðum af trönuberjaappelsínumöndluköku út í.

## 50. Vetrareftirréttaborð

**HRÁEFNI:**
- Piparmyntubrauðbitar
- Eggjanapi Panna Cotta með kanil
- Piparkökur
- Súkkulaðidýfðar klementínur
- Hvít súkkulaði hindberjatrufflur
- Kryddað heitt súkkulaði með marshmallows

**LEIÐBEININGAR:**
a) Raðið piparmyntubitum og eggjakökupanna cotta.
b) Settu piparkökur og súkkulaðidýfðar klementínur.
c) Dreifið hvítsúkkulaði hindberjatrufflum yfir.
d) Berið fram kryddað heitt súkkulaði í krúsum með marshmallows.

# 51. Snemma sumars Berjasælaeftirréttaborð

**HRÁEFNI:**
- Strawberry Shortcake teini
- Bláberja sítrónustangir
- Hindberjamöndlutertlettur
- Brómber sorbet
- Sítrónu Poppy Seed Muffins
- Blandaðir berjaparfaítar

**LEIÐBEININGAR:**
a) Raðaðu jarðarberjakökuspjótum og bláberjasítrónustangum.
b) Setjið hindberjamöndlutertlettur og brómberjasorbet.
c) Stráið sítrónuvalmúamuffins yfir.
d) Berið fram blandaða berjaparfaít í einstökum glösum.

## 52.Síðsumars Steinn ÁvaxtagleðiEftirréttaborð

**HRÁEFNI:**
- Peach Cobbler Bars
- Plómu og möndlu Galette sneiðar
- Nektarín og basil sorbet
- Apríkósu- og pistasíubitar
- Grillaðar ferskjur með hunangsskraut
- Kirsuberjaostakökudýfa

**LEIÐBEININGAR:**
a) Raðaðu ferskjuskófara og plómumöndlu-galette sneiðum.
b) Setjið nektarínu- og basilíkusorbet og apríkósu-pistasíubita.
c) Dreifið grilluðum ferskjum með hunangsskreyti.
d) Berið fram kirsuberjaostakökudýfu í skál.

## 53. Notalegt haustuppskeru eftirréttaborð

**HRÁEFNI:**
- Apple Crisp Bars
- Grasker Whoopie Pies
- Kanilsykur Hlynur ristaðar hnetur
- Trönuberjaappelsínubrauðsneiðar
- Maple Pecan Acorn smákökur
- Butterscotch Pudding bollar

**LEIÐBEININGAR:**
a) Raðaðu eplabitum og graskersböku.
b) Setjið kanil sykur hlyn ristaðar hnetur og trönuberjaappelsínubrauðsneiðar.
c) Dreifið hlynpecan eiknarkökur.
d) Berið fram butterscotch pudding bolla í litlum skálum.

## 54.Vetur Undraland eftirréttaborð

**HRÁEFNI:**
- Peppermyntu Bark Brownie Bites
- Eggjabollur
- Sykursætt trönuber
- Súkkulaðidýfðar kringlustangir
- Kryddað appelsínugult Panna Cotta
- Snjóboltakökur

**LEIÐBEININGAR:**
a) Raðaðu piparmyntubörk-browníbitum og eggjasósu-tertur.
b) Setjið sykruð trönuber og súkkulaðidýfðar kringlustangir.
c) Dreifið krydduðu appelsínupanna cotta yfir.
d) Berið fram snjóboltakökur í skrautlegu fyrirkomulagi.

# ÞEMA EFTIRERTSPLAÐIR

## 55.Kvikmyndakvöld Charcuterie Stjörn

**HRÁEFNI:**
- Popp (eins og smurt, karamellu eða ostur)
- Ýmis poppkornskrydd (eins og búgarður, grillmatur eða kanilsykur)
- Súkkulaðikonfekt eða súkkulaðihúðað popp
- Ýmsar hnetur (eins og jarðhnetur, möndlur eða kasjúhnetur)
- Kringlur eða smákringlur
- Þurrkaðir ávextir (eins og trönuber eða rúsínur)
- Ýmislegt bíósal (svo sem nammi, lakkrís eða gúmmelaði)

**LEIÐBEININGAR:**
a) Raðið ýmsum poppbragði í aðskildar skálar á stóru borði eða fati.
b) Settu úrvals poppkornskryddið við hlið poppkornsskálanna.
c) Bætið súkkulaðikonfekti eða súkkulaðihúðuðu poppkorni á borðið fyrir sætt dekur.
d) Dreifið ýmsum hnetum, kringlum og þurrkuðum ávöxtum um borðið fyrir aukið marr og bragð.
e) Taktu með úrvals bíósalbiti, eins og nammi, lakkrís eða gúmmelaði, fyrir skemmtilega og nostalgíska blæ.
f) Berið fram og njótið!

## 56.Popcorn Kvikmynda kvöld Charcuterie Stjórn

## HRÁEFNI:

- Ýmis poppbragð (eins og smjör, karamellu eða ostur)
- Ýmis poppkornskrydd (eins og búgarður, grillmatur eða kanilsykur)
- Súkkulaðikonfekt eða súkkulaðihúðað popp
- Ýmsar hnetur (eins og jarðhnetur, möndlur eða kasjúhnetur)
- Kringlur eða smákringlur
- Þurrkaðir ávextir (eins og trönuber eða rúsínur)
- Ýmislegt bíósal (svo sem nammi, lakkrís eða gúmmelaði)

## LEIÐBEININGAR:

a) Raðið ýmsum poppbragði í aðskildar skálar á stóru borði eða fati.
b) Settu úrvals poppkornskryddið við hlið poppkornsskálanna.
c) Bætið súkkulaðikonfekti eða súkkulaðihúðuðu poppkorni á borðið fyrir sætt dekur.
d) Dreifið ýmsum hnetum, kringlum og þurrkuðum ávöxtum um borðið fyrir aukið marr og bragð.
e) Taktu með úrvals bíósalbiti, eins og nammi, lakkrís eða gúmmelaði, fyrir skemmtilega og nostalgíska blæ.
f) Berið fram og njótið!

## 57.Taco Nótt Charcuterie Stjórn

**HRÁEFNI:**
- Úrvals taco fyllingar (svo sem kryddað nautahakk, rifinn kjúklingur eða grillað grænmeti)
- Tortillur (eins og hveiti tortillur eða maís tortillur)
- Ýmis álegg (svo sem rifið salat, sneiða tómata, sneið lauk eða saxað kóríander)
- Jalapeños í sneiðum eða súrsuðum jalapeños
- Guacamole eða sneið avókadó
- Salsa eða heit sósa
- Sýrður rjómi eða grísk jógúrt

**LEIÐBEININGAR:**
a) Eldið taco fyllingarnar eftir því sem þú vilt (kryddað nautahakk, rifinn kjúklingur eða grillað grænmeti).
b) Settu soðnu tacofyllingarnar í aðskildar skálar á stórt borð eða fat.
c) Raðið tortillum og ýmsu áleggi, eins og rifið salat, sneiða tómata, sneiða lauk eða saxaða kóríander, utan um fyllingarnar.
d) Bætið sneiðum jalapeños eða súrsuðum jalapeños, guacamole eða sneiðum avókadó, salsa eða heitri sósu og sýrðum rjóma eða grískri jógúrt á borðið.
e) Leyfðu gestum að setja saman sína eigin taco með því að fylla tortillur með þeim fyllingum og áleggi sem þeir vilja.
f) Berið fram og njótið!

## 58.Garðveislu eftirréttaborð

**HRÁEFNI:**
- Blóma bollakökur
- Berja- og mascarponetertur
- Ætar blómakökur
- Sítrónu Lavender Madeleines
- Ávaxtaspjót með hunangsjógúrtdýfu
- Rose Petal Macarons
- Hindberjarósasorbet

**LEIÐBEININGAR:**
a) Raðaðu blómabollum og berja-mascarpone-tertlettum.
b) Setjið ætar blómakökur og sítrónu lavender madeleines.
c) Dreifið ávaxtaspjótum með hunangsjógúrt ídýfu.
d) Látið rósablaðmakkarónur fylgja með og berið fram hindberjarósasorbet í einstökum bollum.

## 59.Strandar partýeftirrétt borð

**HRÁEFNI:**
- Sandkastala bollakökur
- Strandboltakökupopp
- Sea Shell súkkulaðitrufflur
- Tropical ávaxtaspjót
- Bláir Hawaiian Jello bollar
- Kókos makrónur
- Ananas sorbet

**LEIÐBEININGAR:**
a) Raðaðu sandkastalabollum og strandboltakökupoppum.
b) Settu sjávarskeljasúkkulaðitrufflur og suðræna ávaxtaspjót.
c) Dreifið bláum Hawaiian jello bollum.
d) Látið kókosmakrónur fylgja með og berið fram ananassorbet í einstökum bollum.

## 60.Eftirréttaborð bókaelskanda

**HRÁEFNI:**
- Opna bók Brownies
- Bókmenntatilvitnunarkökur
- Bókaormur gúmmí sælgæti
- Te bollakökur
- Bókasafnskort Lítil Tartlets
- Skáldsaga Cover Cake Pops
- Matcha bókamerki

**LEIÐBEININGAR:**
a) Raðaðu opinni bók brownies og bókmenntalega tilvitnunarkökur.
b) Settu bókaorms gúmmíkonfekt og tebollakökur.
c) Dreifðu bókasafnskorti litlum tartlets.
d) Látið nýja forsíðu kökuköku fylgja með og berið fram matcha bókamerki við hliðina.

## 61.Leikur Nótt Desert Stjórn

**HRÁEFNI:**
- Skákstykki
- Dice Cake Pops
- Scrabble Letter Brownies
- Candy póker spilapeninga
- Leikur Stjórnandi súkkulaði sleikjó
- Twister Cupcakes
- Candyland Rainbow Marshmallow sælgæti

**LEIÐBEININGAR:**
a) Raðaðu skákkökum og teningum í kökukökur.
b) Setjið brauðkökur og sælgætispóker.
c) Dreifðu leikstjórnanda súkkulaðisleikju.
d) Látið fylgja tvistarbollakökur og sælgætis-regnboga-marshmallow-nammi.

## 62.Masquerade Ball eftirrétt borð

**HRÁEFNI:**
- Masquerade Mask Cookies
- Súkkulaðidýfð jarðarber með gullryki
- Venetian Opera kökusneiðar
- Glæsilegar makarónur
- Gull og svört Petit Fours
- Kampavínssorbet með berjum
- Rauðar flauels trufflur

**LEIÐBEININGAR:**
a) Raðaðu grímumaskukökum og súkkulaðidýfðum jarðarberjum.
b) Setjið feneyskar óperukökusneiðar og glæsilegar makkarónur.
c) Dreifðu gylltum og svörtum petit fours.
d) Hafið kampavínssorbet með berjum og rauðum flauels trufflum með.

## 63.Eftirréttaborð fyrir geimkönnun

**HRÁEFNI:**
- Galaxy Cupcakes
- Planet Cake Pops
- Geimvera sykurkökur
- Meteorite súkkulaðitrufflur
- Cosmic kleinuhringir
- Geimfaraíssamlokur
- Stjörnulaga ávaxtaspjót

**LEIÐBEININGAR:**
a) Raða vetrarbrautarbollum og plánetukökupoppum.
b) Settu framandi sykurkökur og loftsteinasúkkulaðitrufflur.
c) Dreifið kosmískum kleinuhringjum.
d) Láttu geimfaraíssamlokur og stjörnulaga ávaxtaspjót fylgja með.

## 64.Karnival gaman eftirréttaborð

**HRÁEFNI:**
- Bómullarkonfektbollur
- Karamellu eplasneiðar
- Trektkökubitar
- Popcorn Marshmallow sælgæti
- Sælgætishúðaðar kringlustangir
- Mini Soft Serve ísbollur
- Límónaði sorbet

**LEIÐBEININGAR:**
a) Raðaðu konfektbollum og karamellu eplasneiðum.
b) Setjið trektkökubita og popp-marshmallow-nammi.
c) Dreifið nammihúðuðum kringlustöngum.
d) Láttu litla mjúka ísbollur fylgja með og berðu fram límonaðisorbet í einstökum bollum.

## 65.Tropical Luau eftirréttaborð

**HRÁEFNI:**
- Ananas kókos kökuferningar
- Mango Passionfruit Macarons
- Pina Colada bollakökur
- Suðrænum ávaxtasalatspjótum
- Hula stelpu sykurkökur
- Kókos romm trufflur
- Lychee sorbet

**LEIÐBEININGAR:**
a) Raðaðu ananas kókos kökuferningum og mangó ástríðumakkarónum.
b) Settu pina colada bollakökur og suðræna ávaxtasalatspjót.
c) Dreifið Hula stelpu sykurkökur.
d) Látið kókos romm trufflur fylgja með og berið fram lychee sorbet í einstökum bollum.

# 66.Einhyrninga fantasíuDesert Stjörn

**HRÁEFNI:**
- Rainbow Unicorn Cupcakes
- Unicorn Cake Pops
- Töfrasprota sykurkökur
- Unicorn Horn Marengs
- Litríkt bómullarefni
- Pastel makkarónur
- Einhyrningur kúka súkkulaðibörkur

**LEIÐBEININGAR:**
a) Raðaðu regnboga einhyrningsbollakökum og einhyrningakökupoppum.
b) Settu töfrasprota sykurkökur og einhyrningshornsmarengs.
c) Dreifið litríku bómullarefni.
d) Láttu pastel makkarónur og einhyrningasúkkulaðiberki fylgja með.

## 67.Tónlistarhátíð Vibes eftirréttaborð

**HRÁEFNI:**
- Rafmagnsgítarkökur
- Hátíðarblómabollur
- Diskókúla kökupopp
- Rockstar Candy Mix
- Tie-Dye kleinuhringir
- Tónlistarnótur Súkkulaðihúðaðar kringlur
- Rainbow Sherbet Push Pops

**LEIÐBEININGAR:**
a) Raða rafmagnsgítarkökur og hátíðarblómabollur.
b) Setjið diskókúlukökupopp og Rockstar nammiblöndu.
c) Dreifið tie-dye kleinuhringjum.
d) Látið fylgja með súkkulaðihúðaðar kringlur með tónlistarnótum og berið fram regnboga sherbet push pops.

## 68.Vetur Undraland eftirréttaborð

**HRÁEFNI:**
- Snjókorna sykurkökur
- Peppermyntu heitt súkkulaði bollakökur
- Hvítt súkkulaði trönuberjabörkur
- Glitrandi Veturberry Jello bollar
- Piparkökur trufflur
- Vetur Undraland Cake Pops
- Hvítt súkkulaði hindberja ostakökubitar

**LEIÐBEININGAR:**
a) Raðaðu snjókorna sykurkökur og piparmyntu heitar súkkulaðibollur.
b) Setjið hvítt súkkulaði trönuberjabörkur og glitrandi vetrarberjahlaupbolla.
c) Dreifið piparkökutrufflum yfir.
d) Látið fylgja með vetrarlandskökupopp og hvítsúkkulaði hindberjaostakökubita.

## 69. Retro 80s Endurupplifun eftirréttaborð

**HRÁEFNI:**
- Neonlitaðar bollakökur
- Rubik's Cube Cookies
- Pac-Man Cake Pops
- Boombox Rice Krispie sælgæti
- Jellybean regnbogi
- Kassettuband súkkulaðistykki
- Pop Rocks-innrennsli Candy Fudge

**LEIÐBEININGAR:**
a) Raðaðu neonlituðum bollakökum og Rubiks teningakökum.
b) Settu Pac-Man kökubollur og boombox rice krispie nammi.
c) Dreifðu hlaupregnboga.
d) Látið fylgja með súkkulaðistykki með kassettuborði og sælgæti með poppgrjóti.

# 70.SumareldurS'mores eftirréttaborð

**HRÁEFNI:**
- S'mores Bars
- Campfire Cupcakes
- Súkkulaði-dýfði kringlustafur „Logs"
- Marshmallow Pops
- Trail Mix klasar
- Graham Cracker Fudge Bites
- Ristað jarðarber S'mores ídýfa

**LEIÐBEININGAR:**
a) Raða s'mores börum og varðeldsbollur.
b) Settu súkkulaði-dýfða kringlu staf "logs" og marshmallow pops.
c) Dreifðu slóðablönduklösum.
d) Látið graham cracker fudge bita fylgja með og berið fram steikta jarðarberja s'mores ídýfu.

## 71.Leynilögreglumaður Ráðgáta Dessert Stjórn

**HRÁEFNI:**
- Stækkunarglerkökur
- Leynilögreglumaður Hat Cupcakes
- Ráðgáta Key Lime Pie Bars
- Sherlock Holmes Pipe Súkkulaði Pops
- Glæpavettvangur súkkulaðihúðuð jarðarber
- Whodunit Red Velvet kökukúlur
- Ráðgáta Map Gingerbread Cookies

**LEIÐBEININGAR:**
a) Raðaðu stækkunarglerkökur og spæjarahúfubollakökur.
b) Settu ráðgáta key lime bökustangir og Sherlock Holmes pípusúkkulaðipopp.
c) Dreifðu súkkulaðihúðuðum jarðarberjum á glæpavettvangi.
d) Látið fylgja whodunit rauðum flauelskökukúlum og piparkökur með leyndardómskorti.

## 72.Vor Garðteboð Desert Stjórn

**HRÁEFNI:**
- Blóma te bollakökur
- Fiðrildasykurkökur
- Sítrónu Elderflower kökusneiðar
- Pastel makkarónur
- Berja- og myntuávaxtasalat
- Ætandi blóm Panna Cotta
- Lavender smákökur

**LEIÐBEININGAR:**
a) Raðaðu blóma tebollakökum og fiðrildasykurkökur.
b) Setjið sítrónueldarblóma kökusneiðar og pastel makkarónur.
c) Stráið berja- og myntuávaxtasalati yfir.
d) Innifalið ætar blómapanna cotta og lavender smákökur.

# SÚKKULAÐI EFTIRLITARPLÖTUR

## 73. Súkkulaðiálátsborð

## HRÁEFNI:
- Ýmis súkkulaði (eins og dökkt súkkulaði, mjólkursúkkulaði eða hvítt súkkulaði)
- Súkkulaðihúðaðir ávextir (eins og jarðarber, bananasneiðar eða þurrkaðar apríkósur)
- Súkkulaðitrufflur eða bonbons
- Ýmsar hnetur (eins og möndlur, heslihnetur eða pistasíuhnetur)
- Kringlur eða biscotti
- Ferskir ávextir (eins og vínber eða hindber)
- Karamellu- eða súkkulaðisósa til að drekka á

## LEIÐBEININGAR:
a) Raðið súkkulaðinu á stórt borð eða fat.
b) Setjið súkkulaðihúðaða ávexti við hlið súkkulaðsins.
c) Bætið súkkulaði trufflum eða bonbons við borðið fyrir lúxus skemmtun.
d) Dreifið ýmsum hnetum um borðið fyrir frekari áferð og bragð.
e) Útvegaðu kringlur eða biscotti sem gestir geta dýft í súkkulaðið eða notið á eigin spýtur.
f) Bæta við ferskum ávöxtum, eins og vínberjum eða hindberjum, fyrir hressandi þátt.
g) Dreypið karamellu eða súkkulaðisósu yfir súkkulaðið og ávextina.
h) Berið fram og njótið!

## 74. Sælgætisland 'Jarcuterie'

**HRÁEFNI:**
- Ýmis sælgæti (svo sem gúmmelaði, lakkrís, M&M eða hlaupbaunir)
- Súkkulaðihúðaðar kringlur eða popp
- Lítill marshmallows
- Úrvals smákökur eða oblátustangir
- Strák eða ætilegt glimmer
- Lítil krukkur eða ílát til framreiðslu

**LEIÐBEININGAR:**
a) Fylltu hverja litla krukku eða ílát með annarri tegund af sælgæti.
b) Settu fylltu krukkurnar eða ílátin á stórt borð eða fat.
c) Bætið súkkulaðihúðuðum kringlum eða poppkorni á borðið fyrir sæta og salta samsetningu.
d) Dreifið litlum marshmallows í kringum krukkurnar fyrir aukna áferð.
e) Útvegaðu úrvals smákökur eða oblátustöng sem gestir geta dýft í sælgæti eða notið á eigin spýtur.
f) Stráið brettinu með litríku strái eða ætilegu glimmeri fyrir hátíðlegan blæ.
g) Berið fram og njótið!

## 75.Ávaxtaráð

**HRÁEFNI:**
- Margs konar ferskir ávextir (td vínber, ber, melóna, ananas osfrv.)
- Þurrkaðir ávextir (td apríkósur, döðlur, fíkjur osfrv.)
- Fjölbreyttar hnetur (td möndlur, kasjúhnetur, pistasíuhnetur osfrv.)
- Hunangs- eða ávaxtadýfa til framreiðslu

**LEIÐBEININGAR:**
a) Þvoið og undirbúið ferska ávextina, skerið stærri ávexti í hæfilega stóra bita.
b) Raðið ferskum ávöxtum á stórt borð eða fat.
c) Settu litlar skálar eða ramekin á borðið til að halda þurrkuðum ávöxtum og hnetum.
d) Fylltu skálarnar með þurrkuðum ávöxtum og hnetum, búðu til aðskilda klasa.
e) Dreypið hunangi yfir ferska ávextina eða berið fram í litlum fati við hliðina.
f) Berið fram og njótið!

# 76.Eftirréttaborð með trönuberjasúkkulaðitrufflum

**HRÁEFNI:**
**FYRIR TRÖNBERJA SÚKKULAÐI TROFFLES:**
- 8 aura dökkt súkkulaði, saxað
- 1/2 bolli þurrkuð trönuber
- 1/4 bolli þungur rjómi
- Kakóduft eða flórsykur til að rúlla

**LEIÐBEININGAR:**
**FYRIR TRÖNBERJA SÚKKULAÐI TROFFLES:**
a) Setjið saxaða dökka súkkulaðið í hitaþolna skál.
b) Hitið þunga rjómann í potti yfir meðalhita þar til hann byrjar að malla.
c) Hellið heita rjómanum yfir saxað dökkt súkkulaðið og látið standa í eina mínútu.
d) Hrærið blönduna þar til súkkulaðið er alveg bráðið og slétt.
e) Bætið þurrkuðum trönuberjum út í súkkulaðiblönduna og hrærið þar til það hefur blandast vel saman.
f) Lokið skálinni og kælið blönduna í kæli í að minnsta kosti 2 klukkustundir eða þar til hún er stíf.
g) Þegar það hefur verið kælt skaltu nota skeið eða litla ausu til að skammta trufflublönduna.
h) Rúllið hvern skammt í kúlu, rúllið síðan upp úr kakódufti eða flórsykri til að hjúpa.
i) Setjið trufflurnar á bökunarpappírsklædda bakka og kælið í kæli þar til þær eru tilbúnar til framreiðslu.
**FYRIR EFTIRFERÐARBORÐIÐ:**
j) Raðið trönuberjasúkkulaðitrufflunum á stórt borð eða fat.
k) Bættu öðrum eftirréttum, eins og smákökum, súkkulaðihúðuðum ávöxtum eða litlum bollakökum, á borðið.
l) Útvegaðu litla diska eða servíettur fyrir gesti til að njóta eftirréttanna.
m) Berið fram og njótið!

# 77. S'Mores Charcuterie stjórn

**HRÁEFNI:**
- Graham kex
- Marshmallows
- Súkkulaðistykki (eins og mjólkursúkkulaði eða dökkt súkkulaði)
- Úrval áleggs (eins og hnetusmjör eða Nutella)
- Niðursneidd jarðarber eða bananar (valfrjálst)
- Ristar hnetur (eins og möndlur eða hnetur)
- Úrvals smákökur (eins og smákökur eða súkkulaðikökur)
- Teini eða prik til að steikja marshmallows

**LEIÐBEININGAR:**
a) Raðaðu graham kexum, marshmallows og súkkulaðibitum á stórt borð eða fat.
b) Settu margs konar álegg, sneið jarðarber eða banana og ristaðar hnetur við hliðina á kexinu, marshmallows og súkkulaði.
c) Bætið ýmsum smákökum á borðið til að fá meiri sætleika og áferð.
d) Útvegaðu teini eða prik fyrir gesti til að steikja marshmallows.
e) Leyfðu gestum að búa til sína eigin S'mores með því að setja steikt marshmallows, súkkulaði og álegg á milli graham kex.
f) Berið fram og njótið!

# 78. Ostafondue borð

## HRÁEFNI:
**FYRIR OSTAFONDU:**
- Ýmsir ostar fyrir fondú (eins og Gruyère, Emmental eða Fontina)
- Hvítvíns- eða grænmetissoð
- Hvítlaukur, saxaður
- Maíssterkju eða hveiti
- Ýmsar dýfur (eins og brauðteningar, sléttað grænmeti eða eplasneiðar)

## LEIÐBEININGAR
**FYRIR OSTAFONDU:**
a) Rífið saman ostana og setjið til hliðar.
b) Hitið hvítvín eða grænmetiskraft við meðalhita í fondúpotti eða potti.
c) Bætið hakkaðri hvítlauk út í og látið malla í eina mínútu.
d) Bætið rifnum ostum smám saman út í, hrærið stöðugt þar til bráðnar og sléttar.
e) Í sérstakri skál blandið maíssterkju eða hveiti saman við smá vatn til að búa til slurry.
f) Bætið slurrynni út í ostablönduna og hrærið þar til það er þykkt.
g) Færðu ostafondúið í fondúpott eða haltu því heitu við lágan hita.
h) Berið fram með ýmsum dippers.

**FYRIR OSTAsjóðsstjórnina:**
i) Settu ostafondú pottinn eða pottinn í miðjuna á stóru borði.
j) Raðið ýmsum dýfingum, eins og brauðteningum, blanchuðu grænmeti eða eplasneiðum, í kringum pottinn.
k) Gefðu gestum fondú gaffla eða teini til að dýfa dýfingunum sínum í ostafondúið.
l) Berið fram og njótið!

# 79.Gómsætt súkkulaðifondue Charcuterie borð

**HRÁEFNI:**
**FYRIR súkkulaðifondu**
- Úrvals súkkulaði fyrir fondú (eins og mjólkursúkkulaði, dökkt súkkulaði eða hvítt súkkulaði)
- Þungur rjómi eða mjólk
- Ýmsar dýfur (eins og ávextir, marshmallows, smákökur eða kringlur)

**LEIÐBEININGAR:**
**FYRIR súkkulaðifondu:**
a) Saxið úrvalssúkkulaði í litla bita og setjið til hliðar.
b) Hitið rjómann eða mjólkina í potti yfir meðalhita þar til það byrjar að malla.
c) Takið pottinn af hellunni og bætið söxuðu súkkulaðinu út í.
d) Hrærið blönduna þar til súkkulaðið er alveg bráðið og slétt.
e) Settu súkkulaðifondúið yfir í fondúpott eða haltu því heitt við vægan hita.
f) Berið fram með ýmsum dippers.
**FYRIR LÍKUNARSTJÓRN:**
g) Settu súkkulaði fondú pottinn eða pottinn í miðjuna á stóru borði eða fati.
h) Raðið ýmsum dýfingum, eins og ávöxtum, marshmallows, smákökur eða kringlur, í kringum pottinn.
i) Útvegaðu teini eða gaffla fyrir gesti til að dýfa dýfingunum sínum í súkkulaðifondúið.
j) Berið fram og njótið!

# 80.Decadent Chocolate Lover's Desert Stjórn

**HRÁEFNI:**
- Dökkar súkkulaðitrufflur
- Súkkulaðihúðuð jarðarber
- Þrífaldar súkkulaðibrúnkökur
- Súkkulaðidýfðar kringlustangir
- Smá súkkulaði ostakökur
- Nutella-fylltar súkkulaðibitakökur
- Hvítt súkkulaði hindberjabollar

**LEIÐBEININGAR:**
a) Raðaðu dökkum súkkulaðitrufflum og súkkulaðihúðuðum jarðarberjum.
b) Settu þrefaldar súkkulaðibrúnkökur og súkkulaðidýfðar kringlustangir.
c) Dreifið litlu súkkulaði ostakökum yfir.
d) Láttu Nutella fylltar súkkulaðibitakökur og hvítsúkkulaði hindberjabolla fylgja með.

# 81. Klassískt súkkulaðiuppáhalds eftirréttaborð

**HRÁEFNI:**
- Súkkulaðimús bollar
- Súkkulaði Fudge Brownies
- Súkkulaðibitakökur
- Súkkulaðihúðaðar möndlur
- Súkkulaði-dýfði marshmallows
- Súkkulaði pekan tertu sneiðar
- Mjólkursúkkulaði karamellu trufflur

**LEIÐBEININGAR:**
a) Raðið súkkulaðimúsbollum og súkkulaðifudge brownies.
b) Setjið súkkulaðibitakökur og súkkulaðihúðaðar möndlur.
c) Dreifið súkkulaðidýfðu marshmallows yfir.
d) Látið súkkulaði pekan tertu sneiðar og mjólkursúkkulaði karamellu trufflur fylgja með.

## 82.Sælkera súkkulaðismökkun eftirréttaborð

**HRÁEFNI:**
- Einuppruna dökk súkkulaðistykki
- Súkkulaðihúðaðar Espresso baunir
- Súkkulaðihúðuð appelsínubörkur
- Sjávarsalt karamellu súkkulaði
- Chili súkkulaðitrufflur
- Heslihnetu Pralín súkkulaði
- Súkkulaði Ganache tertu sneiðar

**LEIÐBEININGAR:**
a) Raðið einuppruna dökkt súkkulaðistykki og súkkulaðihúðaðar espressóbaunir.
b) Setjið súkkulaðihúðaða appelsínubörk og sjávarsalt karamellu súkkulaði.
c) Dreifið chili súkkulaðitrufflum yfir.
d) Látið heslihnetupralínsúkkulaði og súkkulaðiganache tertu sneiðar fylgja með.

## 83.Hvítt súkkulaði Undraland eftirréttaborð

**HRÁEFNI:**
- Hvítt súkkulaði hindberja ostakökubitar
- Hvítt súkkulaði kringlubörkur
- Kókoshvítar súkkulaðitrufflur
- Hvítt súkkulaði-dýfð jarðarber
- Sítrónuhvítar súkkulaðiblöndur
- Pistasíu hvít súkkulaði fudge
- Hvít súkkulaðimús skotleikur

**LEIÐBEININGAR:**
a) Raðaðu hvítsúkkulaði hindberjaostakökubitum og hvítu súkkulaðikringluberki.
b) Setjið kókoshvítar súkkulaðitrufflur og hvít súkkulaðidýfð jarðarber.
c) Dreifið sítrónuhvítu súkkulaðiblómum yfir.
d) Látið fylgja með pistasíuhvítu súkkulaði-fudge og hvítsúkkulaðimús-skyttum.

## 84. Grýtt vegurDesert Stjórn

**HRÁEFNI:**
- Grýtt vegurBrownies
- Súkkulaði-dýfði Marshmallow Pops
- Heslihnetusúkkulaðiklasabitar
- Möndlugleðibollar
- Súkkulaðihúðaðar kringlustangir
- Þrefalt súkkulaðipopp
- Mjólkursúkkulaði karamellu hnetuklasar

**LEIÐBEININGAR:**
a) Raðaðu gryttum götubrúnum og súkkulaðidýfðu marshmallow pops.
b) Settu heslihnetusúkkulaðiklasabita og möndlugleðibolla.
c) Dreifið súkkulaðihjúpuðum kringlustöngum.
d) Láttu þrefalda súkkulaðipopp og mjólkursúkkulaðikaramelluhnetuklasa fylgja með.

## 85. Myntu Chocolate Sælu eftirréttaborð

**HRÁEFNI:**
- Myntu súkkulaðibitakökur
- Súkkulaði Myntu Brownies
- Andes myntu súkkulaðihúðuð jarðarber
- Piparmyntubollur
- Myntu súkkulaðimús skotleikur
- Þunnar myntukökur
- Dökkt súkkulaði piparmyntubörkur

**LEIÐBEININGAR:**
a) Raðið myntu súkkulaðibitabollakökum og súkkulaðimyntubrúnkökur.
b) Settu Andes myntu súkkulaðihúðuð jarðarber og piparmyntubollur.
c) Dreifið myntu súkkulaðimús skotleikjum.
d) Láttu þunnar myntakökur og dökkt súkkulaði piparmyntubörkur fylgja með.

## 86.Chocoholic's Draumur Desert Stjórn

**HRÁEFNI:**
- Súkkulaðihraunkökur
- Hnetukenndur súkkulaðibrjóttur
- Súkkulaðihjúpaðir bananabitar
- Þrífaldar súkkulaði ostakökusneiðar
- Súkkulaðimöndluklasar
- Súkkulaðidýfðar kókosmakrónur
- Dökk súkkulaði hindberja tartlets

**LEIÐBEININGAR:**
a) Raða súkkulaðihraunkökur og hnetukenndar súkkulaðibrjótar.
b) Setjið súkkulaðihúðaða bananabita og þrefaldar súkkulaðiostakökusneiðar.
c) Dreifið súkkulaðimöndluþyrpingum yfir.
d) Látið fylgja með súkkulaðidýddum kókosmakrónum og hindberjatertlettum úr dökkum súkkulaði.

## 87.Karamellu súkkulaði Gleði eftirréttaborð

**HRÁEFNI:**
- Saltar karamellu súkkulaðitertu sneiðar
- Karamellu súkkulaðikringlustangir
- Súkkulaðikaramellu poppkornsklasar
- Vetrarbrautar ostakökubitar
- Karamellufylltar súkkulaðitrufflur
- Skjaldbökubitar
- Súkkulaðikaramellu-dýdd eplum

**LEIÐBEININGAR:**
a) Raðið niður saltkaramellu súkkulaðitertu sneiðar og karamellu súkkulaðikringlur.
b) Setjið súkkulaðikaramellu poppkornsklasa og ostakökubita úr Milky Way.
c) Dreifið karamellufylltum súkkulaðitrufflum yfir.
d) Láttu skjaldbökubita og súkkulaðikaramellu-dýfða epli fylgja með.

## 88.S'mores Galore eftirréttaborð

**HRÁEFNI:**
- S'mores bollakökur
- Graham Cracker Brownie Bites
- Súkkulaði-dýfði Marshmallow Pops
- S'mores Börkur
- Mini S'mores ostakökur
- Ristað kókos súkkulaðistykki
- Dökkt súkkulaði S'mores trufflur

**LEIÐBEININGAR:**
a) Raðaðu s'mores bollakökum og graham cracker brownie bita.
b) Settu súkkulaði-dýfða marshmallow pops og s'mores gelta.
c) Dreifið mini s'mores ostakökum.
d) Láttu ristað kókos súkkulaðistykki og dökkt súkkulaði s'mores trufflur fylgja með.

## 89. Hvítt súkkulaði hindberja rómantískt eftirréttaborð

**HRÁEFNI:**
- Hvítt súkkulaði hindberja ostakökustangir
- Hindberja súkkulaðitrufflur
- Hvítt súkkulaði hindberjablöndur
- Hindberja súkkulaðitertu sneiðar
- Hvítt súkkulaði hindberjamús bollar
- Dökk súkkulaði hindberja fudge
- Hindberjamöndlu súkkulaðibörkur

**LEIÐBEININGAR:**
a) Raðið hvítt súkkulaði hindberja ostakökustangir og hindberja súkkulaði trufflum.
b) Setjið hvítt súkkulaði hindberja blondies og hindberja súkkulaði tertu sneiðar.
c) Dreifið hindberjamúsbollum úr hvítu súkkulaði.
d) Látið vera dökkt súkkulaði hindberja fudge og hindberja möndlu súkkulaði gelta.

# 90.Heslihnetusúkkulaði Himnaríki Desert Stjórn

**HRÁEFNI:**
- Heslihnetusúkkulaði Tiramisú bollar
- Nutella fyllt súkkulaði croissants
- Heslihnetusúkkulaðitrufflur
- Súkkulaði heslihnetu ostakökubitar
- Heslihnetusúkkulaðikringlur klasar
- Súkkulaði heslihnetu marengs smákökur
- Heslihnetusúkkulaðimús skotleikur

**LEIÐBEININGAR:**
a) Raðið heslihnetusúkkulaði tiramisu bollum og Nutella fylltum súkkulaði croissant.
b) Setjið heslihnetusúkkulaði trufflur og súkkulaði heslihnetu ostakökubita.
c) Dreifið heslihnetusúkkulaðikringluþyrpingum.
d) Látið fylgja með súkkulaðihnetumarengskökur og heslihnetusúkkulaðimús-skyttur.

## 91. Súkkulaðidýfðu kræsingar Eftirréttaborð

**HRÁEFNI:**
- Súkkulaði-dýfð jarðarber
- Súkkulaðidýfðir bananar
- Súkkulaði-dýfði kringlu snúningur
- Súkkulaðidýfðar kókosmakrónur
- Súkkulaðidýfðar appelsínusneiðar
- Súkkulaði-dýfð karamellu epli
- Súkkulaðihúðaðar vínber

**LEIÐBEININGAR:**
a) Raðaðu súkkulaðidýfðum jarðarberjum, bönunum og kringluflækjum.
b) Setjið súkkulaðidýfðar kókosmakrónur og appelsínusneiðar.
c) Dreifið súkkulaði-dýfðu karamellu eplum.
d) Látið súkkulaðihúðaðar vínber fylgja með fyrir ýmsar dýfðar kræsingar.

# EFTIRPLÖTUR SEM MIÐA AÐ ÁVÖXTUM

## 92.BerjasælaBonanza eftirréttaborð

**HRÁEFNI:**
- Blandaðar berjatartlettur
- Bláberjasítrónu ostakökubitar
- Strawberry Shortcake teini
- Hindberjamöndlustangir
- Brómber Panna Cotta bollar
- Berry Parfait skyttur
- Súkkulaðidýfð jarðarber

**LEIÐBEININGAR:**
a) Raðið saman blönduðum berjatörtum og bláberjasítrónuostakökubitum.
b) Settu jarðarberjakökuspjót og hindberjamöndlustangir.
c) Dreifið brómberja panna cotta bollum.
d) Látið fylgja berjaparfait skyttur og súkkulaðidýfð jarðarber.

## 93.Suðræn ávaxtaparadísDesert Stjórn

**HRÁEFNI:**
- Ananas kókos kökuferningar
- Mangó sorbet
- Kiwi Lime Tartlets
- Passionfruit Mousse bollar
- Kókos makkarónur
- Dragon Fruit Popsicles
- Suðrænum ávaxtasalatspjótum

**LEIÐBEININGAR:**
a) Raðið ananas kókos kökuferningum og mangó sorbet.
b) Settu kiwi lime tartlettur og ástríðumús bolla.
c) Dreifið kókosmakkarónum yfir.
d) Látið fylgja með drekaávaxtasoppur og suðrænum ávaxtasalatspjótum.

## 94.SítrussprungaExtravaganza eftirréttaborð

**HRÁEFNI:**
- Sítrónustangir
- Appelsínugult rjómablár
- Greipaldin Brûlée
- Lime kókos bollakökur
- Sítrusmakkarónur
- Sítrónu bláberja tartlettur
- Blóðappelsínusorbet

**LEIÐBEININGAR:**
a) Raðaðu sítrónustangum og appelsínukremi.
b) Settu greipaldin brûlée og lime kókosbollur.
c) Dreifið sítrusmakkarónum yfir.
d) Látið sítrónubláberjatartlettur fylgja með og berið fram blóðappelsínusorbet í einstökum bollum.

## 95.Orchard Uppskeru Gleðis Desert Stjórn

**HRÁEFNI:**
- Karamellu eplasneiðar
- Peach Melba Mini Pies
- Plum Kuchen barir
- Apríkósu möndlutertu sneiðar
- Berja- og eplasafi kleinuhringir
- Grillaðar ferskjur með hunangi
- Blandaðir ávextir Kabobs

**LEIÐBEININGAR:**
a) Raðið karamellu eplasneiðum og ferskju melba smábökur.
b) Setjið plómukuchenstangir og apríkósu-möndlutertu sneiðar.
c) Dreifið berja- og eplasafi kleinuhringigötum.
d) Innifalið grillaðar ferskjur með hunangi og blönduðum ávöxtum.

## 96.Melónu medley eftirréttaborð

**HRÁEFNI:**
- Vatnsmelóna íslöpp
- Cantaloupe myntusorbet
- Honeydew Basil ávaxtasalat
- Melónukúluspjót
- Kiwi Lime Coconut Chia Pudding bollar
- Mango Melón Agua Fresca skotleikur
- Berry Melon Gazpacho Shooters

**LEIÐBEININGAR:**
a) Raðaðu vatnsmelónusoppum og kantalópu myntusorbet.
b) Setjið hunangsbasil ávaxtasalat og melónukúluspjót.
c) Dreifið kiwi lime kókos chia búðing bollum.
d) Innifalið mangómelónu agua fresca skyttur og berjamelónu gazpacho skyttur.

## 97. Framandi ávaxtaævintýri eftirréttaborð

**HRÁEFNI:**
- Lychee Rosewater sorbet
- Papaya Lime Sorbetto bollar
- Starfruit sneiðar með chili salti
- Pavlova hreiður ástríðu
- Guava makkarónur
- Jackfruit Kókos Hrísgrjónabúðing krukkur
- Dragon Fruit Cheesecake Bars

**LEIÐBEININGAR:**
a) Raðið lychee rósavatnssorbet og papaya lime sorbetto bollum.
b) Settu starfruit sneiðar með chili salti og ástríðuávaxta pavlova hreiður.
c) Dreifið guava makkarónum yfir.
d) Innifalið jackfruit kókos hrísgrjónabúðing krukkur og drekaávaxta ostakökustangir.

## 98.SumarberFiesta eftirréttaborð

**HRÁEFNI:**
- Strawberry Basil Shortcake Cups
- Bláberja-sítrónusoppur
- Hindberjakókos hrísgrjónakrukkur
- Blackberry Myntu Lemonade Sorbet
- Blandaðar Berry Galette sneiðar
- Berjajógúrt Parfait skotleikur
- Berrylicious súkkulaðihúðaðar kringlustangir

**LEIÐBEININGAR:**
a) Raðaðu jarðarberjabasilíkukökubollum og bláberja-sítrónu-sítrónupokum.
b) Settu hindberja kókos hrísgrjónabúðingkrukkur og brómberjamyntu límonaði sorbet.
c) Dreifið blönduðum berjagalette sneiðum.
d) Látið fylgja berjajógúrt parfait skyttur og berjaríkar súkkulaðihúðaðar kringlustangir.

## 99.Citrus Carnival eftirréttaborð

**HRÁEFNI:**
- Appelsínukremsbollakökur
- Greipaldin Granita bollar
- Sítrónu Poppy Seed Scones
- Lime basil sorbet
- Sítrus Mascarpone tertu sneiðar
- Clementine súkkulaði-dýft sælgæti
- Niðursoðinn sítrónuberki

**LEIÐBEININGAR:**
a) Raðaðu appelsínugulum rjómabollum og greipaldins granítubollum.
b) Setjið sítrónuvalmúfræskónur og lime basil sorbet.
c) Dreifið sítrus mascarpone tertu sneiðum.
d) Látið klementínusúkkulaði-dýfða sælgæti og sitrónuberki fylgja með.

## 100. Mango Brjálæði eftirréttaborð

**HRÁEFNI:**
- Mango Sticky Rice Parfait krukkur
- Mangó sorbet
- Kókosmangó hrísgrjónabollar
- Passionfruit Mango ostakökustangir
- Mangó basil salsa með kanil sykur tortilla flögum
- Mangó kókos makrónur
- Tropical Mango Smoothie Shooters

**LEIÐBEININGAR:**
a) Raðið mangó klístrað hrísgrjón parfait krukkur og mangó sorbet.
b) Settu kókosmangó hrísgrjónabolla og ástríðumangó ostakökustangir.
c) Stráið mangó basil salsa með kanil sykri tortilla flögum.
d) Látið mangókókosmakrónur fylgja með og berið fram suðrænar mangósmoothie-skyttur í einstökum bollum.

# NIÐURSTAÐA

Þegar við ljúkum yndislegri ferð okkar í gegnum "Heila Uppskiptabókinn," vonum við að þú hafir upplifað gleðina við að breyta eftirréttum í sjónrænt og matreiðslumeistaraverk. Hver uppskrift á þessum síðum er hátíð kynningarlistarinnar, fjölbreytileika sælgætis og ánægjunnar af að deila eftirréttum í samfélagslegu umhverfi - til vitnis um sköpunargáfuna og eftirlátssemina sem eftirréttaborðin bera á borðið.

Hvort sem þú hefur notið ríkulegs súkkulaðifondúborða, notið ferskleika ávaxta- og ostaáleggs eða notið sætleika glæsilegra bakkelsa, þá treystum við því að þessar uppskriftir hafi veitt þér innblástur til að búa til þínar eigin sjónrænt töfrandi eftirréttaborð. Fyrir utan hráefnin og tæknina, megi hugmyndin um eftirréttaborð verða uppspretta gleði, tengingar og sameiginlegra ánægjustunda.

Þegar þú heldur áfram að kanna heim eftirréttaborðanna, megi " Heila Uppskiptabókinn " vera traustur félagi þinn og leiðbeina þér í gegnum margs konar ljúffenga valkosti sem lyfta eftirréttaleiknum þínum upp og breyta hverju tilefni í ljúfa hátíð. Hér er að búa til fallegar minningar og dekra við fullkomna borðupplifun - ljúfar stundir bíða!

www.ingramcontent.com/pod-product-compliance
Lightning Source LLC
Chambersburg PA
CBHW071908110526
44591CB00011B/1591